சிச்சுப்புறா

மலையாள மூலம் : அல்கா
தமிழில் : சுகானா

சிச்சுபுறா   நாவல்

மலையாள மூலம் : அல்கா

தமிழில் : சுகானா

: © ஆசிரியருக்கு

முதற்பதிப்பு : ஜூன் 2013

அட்டை புகைப்படமும் வடிவமைப்பும் : வம்சி புக்ஸ்

வெளியீடு : வம்சி புக்ஸ்
19.டி.எம்.சாரோன்,
திருவண்ணாமலை.
செல் : 9444867023,
04175 - 251468

அச்சாக்கம் : மணி ஆப்செட், சென்னை - 600 077

விலை : ₹ 50 /-

ISBN : 978-93-80545-52-3

Chichupura : Novel

From Malayalam : Alka

In Tamil : Sughaana

: © Author

First Edition : June 2013

Photography & Cover Design : Vamsi books

Published by : Vamsi books
19.D.M.Saron,
Tiruvannamalai-606 601
9444867023, 04175-251468

Printed at : Mani Offset, Chennai-600 077

Price : ₹ 50/-

ISBN : 978-93-80545-52-3

vamsibooks@yahoo.com * www.vamsibooks.com

என்னுரை

சமாதானத்தின் சின்னமான புறாவை இந்த நாவலின் கதாபாத்திரமாகக் கொண்டு, இளம் உள்ளத்தில் வெளிச்சத்தைப் பரப்புவது எனது படைப்பின் முக்கிய நோக்கமாக இருந்தது.

இந்த சிச்சுப்புறாவின் உயிரும், தியாகமும் நமது நாட்டின் பெரிய தலைவர்களின் வாழ்க்கையோடு சம்மந்தப்பட்டிருப்பது, இதைப் படிக்கிறவர்களுக்குத் தெரியும்! புரியும்! சிறுவயதிலேயே கவிதைகள் எழுதுவது எனது ஈடுபாடாக இருந்தது. பறவைகள் பற்றி எழுதும்போது, புறாவினைப் பற்றிய ஞாபகம், என்மனதில் ஒரு "தீப்பொறியை" உண்டாக்கியது, இதனால் புறாவைச் சுற்றி பல கதாபாத்திரங்கள் என்னுள்ளே உருவாயின.

இவற்றை எல்லாம் ஒன்று சேர்த்தேன். ஒரு கவிதையாக இதைத் தொடங்கினேன், ஒரு நாவலாக இது முடிவு பெற்றது. எனது பள்ளி நோட்டில் எழுதி வைத்தேன். இதைப் படித்த எனது அம்மா, அப்பா,

தங்கை எல்லோரும் முதல் ரசிகர்களாக ஆயினர். அப்பா வேலை செய்த வங்கிக்கிளையில் ஒரு சமயம் ஏதேச்சையாக சந்தித்த பிரபல மலையாள எழுத்தாளர் சூரனாடு ரவி அவர்கள் இந்த நாவலைப் படித்துவிட்டு பாராட்டினார். மேலும் இந்தக் கதையை ஒரு புத்தகமாக வெளியிடலாமே என்றும் ஆலோசனை கூறினார்.

அவரே "சைந்தவா புக்ஸ்" உரிமையாளர் திரு. அஜீத்குமார் அவர்களிடம் இந்தக் கதையைக் கொடுத்து அழகானதொரு நாவலாக வெளியிட உதவினார்.

"சிச்சுப்புறாவும், இளம் எழுத்தாளரும்"என்ற தலைப்பில் 1999 ஜுலை 25ந் தேதி பிரபல பத்திரிகையான மலையாள மனோரமா முதன் முதலாகப் பாராட்டி என்னை உங்களுக்கு அறிமுகம் செய்தது.

1999 ஆகஸ்ட் 11ந்தேதி கொல்லம் பப்ளிக் லைப்ரரி ஹாலில் நடந்த விழாவில், மாவட்ட கலெக்டர் திரு. கமல் வீராவ் அவர்கள் முதல் பதிப்புநூல் வெளியிட, பிரபல தமிழ் எழுத்தாளர் தோப்பில் முகமது மீரான் அவர்கள் பெற்றுக்கொண்டார்.

இதன்பிறகு பிரபலமான பத்திரிகைகளும், சூர்யா டி.வி, தூர்தர்ஷன் போன்ற தொலைக்காட்சிகளும்,

என்னைப் பேட்டி எடுத்து, அந்த நிகழ்ச்சியை ஒளிபரப்பியுள்ளது. அப்போது, கேரளாவின் முதலமைச்சராக இருந்த திரு.ஈ.கே. நாயனார் அவர்கள் தொலைபேசியில் என்னை அழைத்துப் பாராட்டிப் பெருமைப்படுத்தினார். அப்போது அமைச்சர்களாக இருந்த திரு.ஏ.கே.ஆண்டனி, திரு.பி.கே. ராகவன், மற்றும் மத்திய அமைச்சரான திரு. ஒ.ராஜகோபால், முக்கியப் பிரமுகர்களான புதுப்பள்ளி ராகவன், எம்.கிருஷ்ணன் நாயர், எம்.பி.அப்பன், குஞ்சுண்ணி மாஷ், ரோஸ்மேரி, ஏவூர் பரமேஸ்வரன், கிளிரூர் ராதாகிருஷ்ணன், ஜோஸ் பனிச்சபுரம், ஸ்ரீ ரமேஷ் சென்னித்தலா, டாக்டர் பாபு விஜயநாத், பாலச்சந்திரன் சுள்ளிக்காடு, சுகுமார் அழீக்கோடு, எஸ்.எல்.புரம், சதானந்தன், கோழிஞ்சேரி ரவீந்திரநாத் ஆகியோர் என்னைப் பாராட்டி ஊக்குவித்து உள்ளனர்.

இந்த நேரத்தில் இவர்கள் அனைவருக்கும் எனது அன்பான நன்றி.

அதே வேளையில், தொலைக்காட்சி பத்திரிகைகள் வாயிலாக என்னைப் பற்றிய செய்திகளை அறிந்து, பாராட்டிய அனைவருக்கும் எனது நெஞ்சார்ந்த இனிய நன்றி.

சமீபத்தில் ஒருநாள், வங்கியில் அப்பா பணியிலிருந்தபோது, பிரபல ஒளிப்பதிவாளரும்,

இயக்குநருமான திரு.பாலுமகேந்திரா அவர்களை சந்திக்க நேர்ந்தது. அப்போது என்னைப் பற்றியும், இந்த (மலையாளம்) நாவல் பற்றியும் கூறியுள்ளார்.

அவர் என்னைப் பாராட்டிப் பெருமைப்படுத்தினார். இந்த நாவலைத் தமிழில் வெளியிட வேண்டும் என்று ஆலோசனை கூறினார்.

அதற்கான ஏற்பாடுகளையும் அவரே செய்தார். அதன் விளைவாகத் தமிழில் இந்த நாவல் உங்கள் கைகளில் தவழ்கிறது... படைப்புலக ஜாம்பவானான திரு. பாலுமகேந்திரா சார் அவர்களுக்கு, இந்த சிச்சுப்புறா மூலம் எனது நெஞ்சார்ந்த நன்றி!

மேலும், என்னைப் பாராட்டி ஊக்குவித்து வரும் எங்களின் குடும்பத்து நெருங்கிய நண்பரான திருமதி. ஜாலிசிபு திரைப்பட இசையமைப்பாளர் அவர்களுக்கும், திரைப்படப் பாடலாசிரியரும், தமிழாசிரியருமான திரு. கவிஞர் கோ. சந்திரன் சார் அவர்களுக்கும், இந்த நேரத்தில் எனது நெஞ்சார்ந்த நன்றியைத் தெரிவித்துக் கொள்கின்றேன்!

மேலும், எனது மலையாள நாவலைத் தமிழில் கருத்துச்சிதைவு இல்லாமல், முழுமையாகவும் அழகாகவும் மொழிபெயர்த்து, சிச்சுப்புறாவாகத் தந்த எனது நெருங்கிய தோழியான சுகானா அவர்களுக்கும் எனது மேலான நன்றி!

இந்த நாவலை அழகுற அச்சிட்டு தந்த வம்சி புக்ஸ் நிறுவனத்தின் பதிப்பாளரான ஷைலஜா ஆன்ட்டி அவர்களுக்கும் எனது ப்ரியமான நன்றி!

இறுதியாக, எனக்கு ஆக்கமும், ஊக்கமும் அளித்து வரும் என் ப்ரியமான அப்பாவுக்கும், எனது உயிரும் மெய்யுமான அம்மாவுக்கும், முதல் ரசிகையாக இருந்து விமர்சனம் செய்த என் அருமை தங்கை ஆஷாவுக்கும் எனது ப்ரியமும், நேசமும் கலந்த நன்றி!

இந்த நாவலைப் படித்துவிட்டு, உங்களின் மேலான விமர்சனங்களை ஆவலுடன் எதிர்நோக்குகின்றேன்! அனைவருக்கும் நன்றி!

இந்த சிச்சுப்புறா, உங்கள் வீட்டுப்புறா! உங்கள் செல்லப்புறா! இதனைத் தட்டிக் கொடுங்கள்! நிறையானாலும் சரி... குறையானாலும் சரி... வாழ்த்துங்கள்! வளர்கின்றேன்...

அன்புடன்
அல்கா

Plot No. 80 Metro Nagar,
3rd Main Road, Alappakkam,
Porur, Chennai 600 116.
Phone : 044 24767095
E.Mail: alka_casino@yahoo.com

வாசிப்பு எனும் ஒற்றைச்சாவி

கல்லூரிக்குச் செல்ல ஆரம்பித்து நெருக்கடியாக இருந்த ஒரு வார இறுதியில் அல்காவின் சிச்சுப்புறா என் கைக்கு வந்தது. எடுத்த எடுப்பிலேயே படித்து முடித்துவிடக்கூடிய ஒரு எளிமையான நாவல். சின்னக் குழந்தைகளுக்கான மழலை மொழியில், பெரிய கருத்துகளைப் பகிர்ந்து கொள்கிறாள் அல்கா. அல்காவின் இந்த முயற்சி பெருமைக்கும் பாராட்டுக்கும் உரியது.

முதல் மொழிபெயர்ப்புத் தொகுப்பிற்குப் பிறகான இந்தப் பெரிய இடைவெளியில் வாசிப்பின் முக்கியத்துவத்தை உணர்கிறேன். வாசிப்பு என்பது மனித மனநிலையை முற்றிலும் வேறொரு தளத்திற்குக் கொண்டு போய் நிறுத்தும். அது தரும் அனுபவம் அலாதியானது. எந்தவிதப் பாடத்திட்டங்களும் இல்லாமலேயே, வாழ்வில் பலவற்றையும் கற்றுத்

தருகிறது. வெளிச்சத்திற்கு வராத பல மனிதர்களை நமக்குள் அடையாளம் காட்டி உட்காரவைத்து கேள்வி கேட்கிறது. அந்தக் கேள்விகளுக்கான விடைகள்தான் நம் ஒட்டுமொத்த வாழ்வின் சாராம்சம். ஏதேதோ பாதைகளில், வழி தெரியாமல் உணர்வுகளுக்கும் உறவுகளுக்கும் கூட நேரம் ஒதுக்க முடியாமல் பயணிக்கும் வாழ்க்கையில் விடை தேட, நம்மிடமிருப்பது வாசிப்பு எனும் ஒற்றைச்சாவி மட்டுமே. குழந்தைகளிடம் அதைக் கொண்டு சேர்ப்பதற்கான எளிய முயற்சிதான் சிச்சுப்புறா.

எழுத்தாளர்கள், இலக்கியவாதிகளுடனான என் அறிமுகம், அவர்களின் உரையாடல்கள், வாசிப்பு இவைதான் என்னை இத்துறையில் உயிர்ப்புடன் இருக்கச் சொல்கிறது. அப்படி என் இருப்பைத் தக்க வைத்துக்கொள்ள அல்காவின் சிச்சுப்புறாவை எனக்கு அறிமுகப்படுத்தி, இந்த மொழிபெயர்ப்பு வெளிவரக் காரணமான இயக்குநர். பாலுமகேந்திரா தாத்தாவிற்கு என் இதயம் நிறைந்த நன்றி.

இந்தப் புத்தகத்தை எழுதி முடிக்கும்வரை, எந்தவிதச் சலிப்புமின்றி என்னை ஊக்குவித்துக் கொண்டே இருந்த என் ப்ரிய அம்மா ஜெயஸ்ரீக்கும், பொறுமையாக என்னைத் துரிதப்படுத்திக் கொண்டேயிருந்த சித்தி ஷைலாஜாவிற்கும் என் பிரியமான நன்றி.

இந்தப் புத்தகத்துக்கான கோட்டோவியங்களை ஒரு குழந்தையின் குதூகலத்துடன் வரைந்து தந்த எங்களின் ப்ரியமான கருப்புசாமி அண்ணாவுக்கு என் நெஞ்சம் நிறைந்த நன்றி.

புத்தகம் வெளிவரக் காரணமான அனைத்து நண்பர்களுக்கும் என் நன்றி.

ஒரு புதிய சினிமாவைப் போல இந்தப் புத்தகம் வெளிவரக் காத்திருக்கிறோம்.

சுகானா.

"கானகம்"
சு. கீழ்நாச்சிப்பட்டு
தென்மாத்தூர் அஞ்சல்
திருவண்ணாமலை - 606 808
செல் 8608412261

அல்காவின் சிச்சுப்புறா

"சிச்சுப்புறா" என்ற மொழிபெயர்ப்பு நவீனத்தைப் படித்து முடித்ததும் என் மனதில் ஒரு பிரமிப்புதான் ஏற்பட்டது.

எனது பிரமிப்புக்குக் காரணம், இதை எழுதிய அல்காவுக்கு இதை எழுதும்பொழுது வெறும் 12 வயது மட்டுமே...

ஒரு 12 வயதுச் சிறுமிக்கு இந்த முதிர்ச்சி எங்கிருந்து வந்தது? இந்தப் புரிதலும், அழகுணர்வும், வாழ்க்கை பற்றிய ஆழமான பார்வையும் எப்படி சாத்தியப்பட்டது?

குழப்பமாக இருந்தது. படித்துமுடித்ததும் இந்தக் கேள்விகளுடன் அலைந்து கொண்டிருந்த எனக்குப் பட்டென்று தெளிவு ஏற்பட்டது...

சீனிவாசன்! மேண்டலின் சீனிவாசன்...! அவனும் இப்படித்தான் தனது 12-வது வயதில் இசை பற்றிய

ஆழ்ந்த புலமையோடு பல வித்துவான்கள் மத்தியில் மேண்டலின் கச்சேரி வாசித்தான்! சீனிவாசனுடைய இசைப் புலமை, அல்காவின் எழுத்தாற்றல் இதை எப்படித் தர்க்க ரீதியாக விவரிப்பது?

How does one rationally explain this?

இதற்கு ஒரேயொரு விளக்கம் தான் காரணமாக இருக்கக் கூடும் என்று எனக்குத் தோன்றுகிறது...

ஒரு குடும்பத்தில் பிறக்கும் குழந்தையானது அதன் குடும்பத்தைச் சேர்ந்த 64-தலைமுறைகளில் இருந்தவர்களில் எவரோ ஒருவரது முகச்சாயலோடு பிறப்பதற்கு வாய்ப்புண்டு என்று மருத்துவ விஞ்ஞானிகள் சொல்கிறார்கள்.

64- தலைமுறையில், ஏதோ ஒரு தலைமுறையில் வாழ்ந்த ஒருவரது முகச்சாயலோடு ஒரு குழந்தை பிறப்பதற்கு வாய்ப்பு உண்டென்றால், மூளைச் சாயலோடு பிறப்பதற்கும் வாய்ப்பு உண்டென்று கொள்ளலாம் அல்லவா?

மூளைச்சாயல் என்னும் பொழுது முன்பிருந்த ஒருவரது மூளையில் நிறைந்திருந்த ஆற்றலின் ஞாபகங்களோடு பிறக்கிறது என்பது தான் பொருள்!

Child prodigy - என்று குறிப்பிடப்படும் மேண்டலின் ஸ்ரீனிவாசன், அல்கா போன்றவர்கள் இப்படித்தான் இந்த உலகுக்கு வந்திருக்கவேண்டும்...

அல்காவின் எழுத்தாற்றல் என்பது அவர் குடும்பத்தைச் சேர்ந்த மூதாதையர் ஒருவரிடம் இருந்த அசாத்திய ஆற்றலின் தொடர்ச்சி என்றே எனக்குத் தோன்றுகிறது...

எது எப்படியாயினும், கேரளத்தைச் சேர்ந்த இந்தப் பெண்குட்டி தனது பன்னிரெண்டாவது வயதில் எழுதிய ‘‘சிச்சுப்புறா’’ நாவல் எழுத்தில் ஒரு சாதனை. அல்காவுக்கு என் வாழ்த்துகள். இந்த நாவலைத் தமிழில் மொழிபெயர்த்திருக்கும் சுகானா has done a wonderful job. மலையாள வாடை கலந்த தமிழ் பிரமாதம்!

அல்கா, சிச்சுப்புறாவிற்குப் பிறகு நீங்கள் ஏன் எழுத்தைத் தொடரவில்லை?

எழுதுங்கள் அல்கா... your creativity is god given!

பாலுமகேந்திரா.

சிச்சுப்புறா

1

இது, ஒரு காட்டை விட்டு இன்னொரு காட்டிற்குப் பறந்து சென்ற புறாவின் கதை.

முன்னொரு காலத்தில் அற்புதமான ஒரு காடு இருந்தது. காடுகள் என்றாலே அற்புதம்தான். ஆனால் அவற்றிலிருந்து வேறுபட்டு இந்தக் காட்டில் அமைதியும் அன்பும் நீரோடைபோல ஓடிக் கொண்டிருந்தன. அனைவரும் அதை 'தேவதைக்காடு' என்றே அழைத்தனர். அங்கே ஏராளமான தேவதைகளும், அமைதியின் அடையாளமான புறாக்களும், வெடித்துச் சிரிக்கும் காட்டருவிகளும், மலர்களும், செடிகொடிகளும் இருந்ததே தவிர மனிதர்களோ விலங்குகளோ பருந்து, கழுகு போன்ற கொடிய பறவைகளோ இல்லை.

அங்கு தேவதைகளும் புறாக்களும் நெருங்கிய நண்பர்களாகப் பழகி வந்தனர். இந்தப் புறாக் கூட்டத்தில் "சிச்சு" என்ற ஒரு புறாவும் இருந்தது. வெண்மையான இறகுகளும் ரோஜாப்பூ இதழ்களும் சிறிய கண்களும் கொண்ட அழகி அவள். மற்ற எல்லாப் புறாக்களுக்கும் தேவதைகளுக்கும் குருவிகளுக்கும் மிகவும் பிரியமானவள். சிச்சுவுக்கு அம்மா அப்பா கிடையாது. அவளுடைய ஒரே ஏக்கம் அதுதான். அவர்கள் எங்கே இருக்கிறார்களென அவளுக்குத் தெரியாது. ஒருவேளை அவள் பறக்க ஆரம்பித்தபோது அவர்களை விட்டுப் பிரிந்து சென்றிருக்கலாம். இல்லையென்றால் ஏதாவது ஒரு வேட்டைக்காரனின் துப்பாக்கிக் குண்டுக்கு இரையாகி இருக்கலாம். சிச்சுவைக் கவனித்துக் கொள்வதெல்லாம் மற்ற புறாக்கள்தான். அவளுக்கு ஒரு பெரிய ஆசை... இந்தக் காட்டைக் கடந்து கொஞ்ச தூரத்தில் இன்னொரு காடு இருக்கிறது. அங்கே பெரிய பெரிய பறவைகளும் மிருகங்களும் இருக்கின்றன. அவர்களையெல்லாம் ஒருமுறை பார்க்க வேண்டும். அவர்களுடன் கொஞ்ச நாள் வாழ வேண்டும். அங்கே தன் அம்மா அப்பாவின் குரல் எங்கேயாவது கேட்கிறதா என்று பார்க்க வேண்டும்.

இந்த ஆசை பல நாட்களாக அவள் மனதை அரித்துக் கொண்டே இருந்தது. இதை மனதுக்குள்ளேயே பூட்டி வைத்திருந்தால் எப்படி? இதையெல்லாம் தேவதைகளிடமும் புறாக்களிடமும் சொல்ல வேண்டும். சொல்லாமல் போனால் அவர்கள் கோபித்துக் கொள்வார்களோ? அன்பானவர்களை விட்டுப் பிரியும்போது, சொல்லிக் கொள்ளாமல் போனால் அவ்வளவு நன்றாக இருக்காது. சிச்சு தேவதைகளின் தலைவியைச் சந்திக்க முடிவெடுத்து, அவர்கள் இருக்கும் இடத்திற்குப் போனாள். அப்போது அங்கே குருவிகளும் கிளிகளும் புறாக்களும் தேவதைகளும் ஏதோ ஆழமான விவாதங்களில் ஈடுபட்டிருந்தன.

சிச்சுவைப் பார்த்ததும் எல்லாவற்றின் முகங்களும் மலர்ந்தன.

"ஆஹா... சிச்சுவா இது? உன்னப் பாத்து எவ்ளோ நாளாச்சு?" என்ற தேவதைகளின் தலைவி,

"நாங்க இங்க ஒரு விஷயத்தப் பத்தித் தீவிரமாப் பேசிட்டு இருக்கோம். கொஞ்ச தூரத்துல மலையெல்லாம் தாண்டி ஒரு காடு இருக்குதே. மஞ்சணிக்காடு, எங்கப் பாத்தாலும் பச்சைப்பசேல்னு, மஞ்சள் பூக்கள் பூத்துக்

கிடக்கும் ஓர் அழகான காடு அது. அங்க இருக்கற விலங்குகளால அந்தக் காடே அழிஞ்சிக்கிட்டிருக்கு. அவை மான்களையும் முயல்களையும் கொன்னு போட்டுடுது. மஞ்சணிப் பூக்கள் மேல அந்தப் பாவமான இரத்தத் துளிகள் சிதறுது. தினமும் அங்க விலங்குகளோட எண்ணிக்கை கொறஞ்சுகிட்டே வருது" என்றாள்.

"என்ன சிச்சு...? அமைதியா இருக்கே..." சின்ன தேவதை சிச்சுவின் தோளைத் தன் இறகால் தட்டினாள். ஒரு நிமிடம் நடுக்கத்தோடு அவள், "நானும் அந்தக் காட்டைப் பத்தி நெறயக் கேள்விப் பட்டிருக்கேன். இப்பவும் அதைத்தான் யோசிச்சிக்கிட்டிருக்கேன். ஒரு தடவ அங்கப் போயிப் பாத்தா என்ன?" என்றாள்.

இதைக் கேட்டதும் தேவதைகளின் முகம் இறுகிவிட்டது.

"சிச்சு, நீ என்ன சொல்ற? அங்க இருக்கற விலங்குகளெல்லாம் ரொம்பக் கொடூரமானவை. மத்த விலங்குகளோட நெலம உனக்கும் ஏற்பட்டுடும் வேண்டாம்"

"அது சரிதான். அந்தக் கொடிய விலங்குகளோட வாயில சிக்கிச் சாகிற சாதுக்களைக் காப்பாத்தணும்.

அல்கா 19

அவங்களுக்கு எல்லாம் சமாதானத்தைப் பத்தி எடுத்துச் சொல்லணும். அங்க அமைதிய வெதைக்கணும். அன்பின் இசை ஒலிக்கணும். அமைதியின் நிலவொளி வீசணும்"

தேவதைகள் அவளை இடைமறித்து, "நாங்க சொல்றதக் கேளு. முன்னால புறாக்களுக்கு ஒரு தலைவி இருந்தா. உன்னப் போல அவளும் சரியான சுட்டி. ஒருநாள் இதே விஷயத்தைத் தலைவி எங்களிடம் சொன்னாள். மொதல்ல நாங்க இத ஒத்துக்கவே இல்ல. என்ன இருந்தாலும் அவ தலைவியாச்சே. ஒரு வேள அங்க இருக்கற நெலம அவளுக்குத் தெரிஞ்சிருக்கலாம். கடைசியில நாங்க அவ சொன்னத ஒத்துக்கிட்டோம்" என்றன.

யாரும் பாக்காத அந்த மஞ்சணிக் காட்டை நோக்கி அவள் பறந்தாள். ஒரு மரக்கிளையில் இறக்கைகளை ஒடுக்கி உட்கார்ந்திருந்த தலைவியை, ஒரு வேட்டைக்காரன் பார்த்து விட்டான். எங்கிருந்தோ வந்து இங்கு வேட்டையாடிக் கொண்டிருக்கும் ஒரு நாடோடி அவன். சாதுவான மிருகங்களையும் பறவைகளையும் கொன்று, சுட்டுத் தின்றும், அங்குள்ள

பழங்களைச் சாப்பிட்டும்தான் வாழ்ந்து வந்தான். அவன் பார்வையில் கலைமானும் சரி, புறாவும் சரி, இரண்டும் ஒன்றுதான். தன் துப்பாக்கியை எடுத்துக் குறி பார்த்தான். ஆனால் களங்கமற்ற அவள் முகத்தைப் பார்த்து கொல்ல அவனுக்கு மனம் வரவில்லை. கல்லுக்குள்ளும் ஈரம் இருக்கலாமே.... எத்தனையோ பாவங்களைச் செய்த தனக்கு ஒரு புறாவை வளர்ப்பதால் புண்ணியம் கிடைக்கும் என அவன் நினைத்திருக்கலாம். அவளைப் பிடித்து அவளுடைய இறகில் இருந்த சிறு காயத்திற்கு மருந்து தடவி கூண்டிலடைத்தான்

'அமைதிக்கான வழி தேடி வந்த என்னைக் கூண்டிலடைத்தால், என்னால் எப்படி அமைதியைப் பரப்ப முடியும்?' என்ற மனவருத்தத்துடனேயே தன் நாட்களைக் கடத்தினாள் புறாத் தலைவி.

ஒருநாள், நல்ல குளிருள்ள இரவில், வேட்டைக்காரன் தீ மூட்டி குளிர் காய்ந்து கொண்டிருந்தான். பனி நிறைந்த இரவான அன்று, அவனுக்கு எந்த உணவும் கிடைக்க வில்லை. நாள் முழுக்க வேட்டையாடியும் ஒரு சிறு பறவைகூடக் கண்ணில் அகப்படவில்லை.

அப்போதுதான் அவன், கூண்டில் கிடக்கும் புறாவைப் பார்த்தான். உடனே சுட்டுத் தின்றுவிட்டான். பாவம்... அவன் அவளிடம் இன்னும் கொஞ்சம் கருணை காட்டியிருக்கலாம்... வானத்தில் பறக்க விட்டிருக்கலாம்... தன் காயத்துடன் அவள் எங்கேயாவது பறந்து போயிருப்பாள்..." என்று சொல்லி நிறுத்தினர்.

இதைக் கேட்டதும் சிச்சுவின் கண்கள் பனித்தன. உடனே அவள் ஒரு முடிவுடன், "அன்று தலைவிக்கு நடந்தது போல எனக்கு எந்த ஆபத்தும் நடக்காது. தைரியமா இருங்க. அங்க சில வேலைகள நான் செஞ்சு முடிக்கணும். அமைதியப் பத்தி அவங்ககிட்ட எடுத்துச் சொல்லணும்" என்றாள்.

சிச்சுவின் இந்த முடிவு தேவதைகளுக்கு மிகவும் பிடித்திருந்தது. "ஆபத்தான இடம். கவனமாக இருக்க வேண்டும்" என்று கூறி அவளை ஆசீர்வதித்து வழியனுப்பினர்.

சிச்சு எல்லாரிடமும் விடைபெற்றுக் கிளம்பினாள். தன் காட்டை, தன் கூட்டை, நண்பர்களை எல்லாம் விட்டுவிட்டு, தொலைவிலுள்ள அந்தக் காட்டை நோக்கிப் பறந்தாள். பறக்கப் பறக்க அவளுடைய குட்டி இறகுகளுக்கு

வேகம் கூடிக் கொண்டே வந்தது. தன் காட்டைவிட்டுப் பிரிவதை எண்ணி வருந்தினாள். இருப்பினும் சிறகுகள் மட்டும் நிற்காமல் பறந்து கொண்டேயிருந்தன.

2

பல மலைகள் தாண்டிப் பறந்தாள். மாலை மங்கி இரவாகி விட்டிருந்தது. சிச்சு மஞ்சணிக் காட்டை அடைந்துவிட்டாள். காட்டின் எந்தத் திசையில் இருக்கிறோம் எனத் தெரியவில்லை. அவர்கள் சொன்னது மாதிரியே இது ஒரு பயங்கரமான காடுதான். பயமுறுத்தும் விதத்தில் அழுகையும், ஊளையிடும் சத்தமும் கேட்டுக் கொண்டேயிருந்தன. மிகவும் இருண்ட இரவு. பக்கத்தில் இருந்த மரக்கிளையில் உட்கார்ந்தாள். பல மணிநேரம் பறந்து வந்த களைப்பு அவள் முகத்தில் தெரிந்தது. பயமாக இருந்ததால் தூக்கமும் வரவில்லை. தேவதைகளையும் நண்பர்களையும் விட்டு வந்ததை எண்ணி வருந்தினாள். பயத்தில் நடுங்கிக் கொண்டே உட்கார்ந்திருந்தாள். தன் அம்மா, அப்பாவைப் பற்றி நினைத்தாள்.

அவர்களுடைய குரல் அங்கு முழுவதும் நிறைந்து ஒலிப்பதுபோலத் தோன்றியது. எப்போது

உறங்கினோம் என்றே தெரியாமல் நள்ளிரவில் உறங்கி விட்டிருந்தாள்.

மொட்டிலிருந்து விரியும் பூவைப் போல அதிகாலை மலர்ந்தது. தொலைவில் குரூர மிருகங்களின் கூக்குரல்கள். சிங்கம், புலி, சிறுத்தை, யானை போன்றவற்றின் திடுக்கிட வைக்கும் சத்தங்கள். பருந்து, கழுகு, ஆந்தை இவற்றின் உறைய வைக்கும் ஓலங்கள் வௌவாலின் தேம்பல், பாவப்பட்ட மிருகங்களின் பரிதாப அழுகைகள் என எங்கும் ஒருவிதமான வன்மமும், வேதனையும் பரவிக் கிடப்பதை உணர்ந்தாள்.

அழகான பூக்களெல்லாம் தரையில் சிதறிக் கிடந்தன. எங்கும் ரத்தவாடை வீசியது. அழுகையின் ராகத்தைப் மீட்டிக் கொண்டிருக்கும் அருவிகள், பழுப்பு நிறத்தில் கலங்கிப் போன குளங்கள் என தனக்கான சூழல் இங்கே இல்லவே இல்லை, அதிக நாட்கள் அங்கே தங்க முடியாது. சின்னச் சின்ன உயிரினங்களெல்லாம் அன்பான ஒரு பார்வைக்காக ஏங்கிக் கிடக்கின்றன. அவர்களுடைய உயிருக்கு இங்கே ஒரு உத்திரவாதமும் இல்லை என்பது நன்றாகவே புரிந்தது.

அல்கா

சிச்சு காட்டை நன்றாக உற்றுப் பார்த்தாள். பின் நடுக்காட்டை நோக்கிப் பறந்தாள். சிறகுகள் அடிக்கும் ஒலி எதிரொலிப்பதாக உணர்ந்தாள். ஒரு பெரிய ஆலமரக் கிளையில் இளைப்பாறினாள். இதமான காற்று இசை போல வீசிக் கொண்டிருந்தது. சூழலுக்கேற்ப அவள் ஒரு பாடலை முணுமுணுத்தாள். திடீரெனப் பறவைகள் அவளைச் சூழ்ந்துவிட்டன. டுட்டூ, பில்லு, டின்ட்டு எனப் பல பெயர்களில் முயல்களும், மான்களும் அவளைச் சுற்றி நின்று கேள்வி கேட்க ஆரம்பித்தன.

“நீயார்? எங்கயிருந்து வந்திருக்க...?”

அவர்கள் இதற்குமுன் எப்போதும் புறாவைப் பார்த்ததேயில்லை.

“நான் தூரத்தில் இருக்கற காட்டிலிருந்து வந்திருக்கேன். என் பெயர் சிச்சு”

“சரி போகட்டும். உன் வீடு எங்கயிருக்கு...?”

குட்டிக் கிளி கொஞ்சிக் கொஞ்சிக் கேட்டாள்.

“தேவதைக்காடு .... நான் உங்களோட மஞ்சணிக் காட்டைப் பாக்க வந்திருக்கேன். நான் இந்தக் காட்டைச் சுத்திப் பாக்கணும். எல்லார்கிட்டயும் நல்லாப்

பழகணும். இன்னிலருந்து நானும் உங்கள்ல ஒருத்திதான்"

மிருகங்களெல்லாம் இதைக் கேட்டதும் மகிழ்ந்தன. அவை சிச்சுவிடம் தங்களை அறிமுகப் படுத்திக் கொண்டன.

"சரி, இங்க ஏதாச்சும் வன்மமான மிருகங்கள் இருக்கா...?" சிச்சு கேட்டாள்.

"இல்ல, வெளியிலருந்து எப்பவாவது வரும். எதிர்பாக்காத நேரத்துல எங்களத் தாக்கும். எந்த நேரத்தில் உயிரு போகும்னே தெரியாது..." குயிலும் மைனாவும் விவரித்தன.

"காட்டோட அடர்த்தியான உள்பகுதிக்கு யாரும் போறதேயில்ல. அங்க அடிக்கடி புலியும் சிங்கமும் உலவிக்கிட்டே இருக்கும்"

"இந்தக் காட்டுக்கு ராஜா யார்?"

"கர்க்கன். ஒரு பயங்கரமான சிங்கம். அவன் இங்க ஏதோ ஒரு குகையிலதான் இருக்கான். எப்பவாச்சும் காட்ட வலம் வருவான். அவன்கூட மந்திரி செந்நாயும் வரும். ராஜா இருந்தா மட்டுந்தான் மந்திரியைப் பாக்க

முடியும். மந்திரி தன்னுடன் இருந்தால்தான் ராஜா வெளியே வருவார். கண்ணுலப் படற மிருகங்களயெல்லாம் கொன்னு தின்னுவாங்க. அவங்க கொல்லாம விடறது குருவிய மட்டும்தான். உருவத்துல ரொம்பச் சின்னதா இருக்கறதால தான் அது பொழச்சிக்குது. ராஜாவின் பெயரிலேயே என்ன ஒரு வன்மம்... கர்ர்ர்க்கன்''

புதிய நண்பர்கள் எல்லாவற்றையும் விளக்கினர். திடீரென தூரத்தில் ஒரு கர்ஜனை. கர்க்கன் குகையிலிருந்து புறப்பட்டிருக்கக் கூடும். பாவம் மிருகங்கள்...

இவ்வளவு நேரமும் சிரித்துப் பேசிக் கொண்டிருந்த அவற்றின் முகங்களில் இப்போது பய ரேகைகள்... ஆனால் சிச்சு கொஞ்சம்கூட அசரவேயில்லை. எதுவும் நடக்கட்டும். மன உறுதியுடன் எதிர்கொள்வோம். அவள் தன் புதிய நண்பர்களுக்கு தைரியம் சொன்னாள்.

3

அன்று தன் புதிய நண்பர்களுடன் பொழுதைக் கழித்தாள். தூக்கத்தில்கூட கர்க்கனின் குரல் கேட்டுக்கொண்டே இருந்தது. விதவிதமான இசைகளில்

கிளிகள் பாடின. பாடலுக்கேற்ப குருவிகள் நடனமாடின. மைனா தன் மஞ்சள் வாயைத் திறந்து மெல்லிய குரலில் பாடினாள். மான்கள் தன் கொம்புகளை ஒன்றுடன் ஒன்று உரசி பின்னணி இசை எழுப்பின. அணில்கள் சத்தமாகக் கிரீச்சிட்டன. எங்கேயும் மகிழ்ச்சியின் ஆரவாரம். இந்தக் காட்டில் யாரெல்லாம் இருக்கிறார்கள் என்று சிச்சு கேட்டுத் தெரிந்து கொண்டாள்.

"நாங்க சொன்னத மறந்துடாத. காட்டுக்கு உள்ள மட்டும் நீ போகக் கூடாது. அங்க ரொம்ப ஆபத்து இருக்கும்" என்று தேவதைகள் எச்சரித்தது ஞாபகம் வர, அதற்கான காரணத்தைக் கேட்டாள்.

"அந்த துஷ்ட மிருகங்க, நேரம் காலமில்லாம வேட்டையாட வரும். எங்கக் கூட்டத்துல நெறய பேர நாங்க எழந்துட்டோம். எறந்து போனவங்கள அவ்ளோ சீக்ரம் கணக்கு போட்டு சொல்ல முடியாது. அங்க முழுக்க ஒரே ரத்தக் களரியாம். இதெல்லாம் நாங்க காதால கேட்டதுதானே தவிர யாருமே நேர்ல பாத்ததில்ல"

சிச்சுவுக்கு அவர்களுடைய வருத்தம் புரிந்தது. ஏதோ ஒரு காட்டில் தன் உயிரைவிட நேர்ந்த அப்பாவும்

அம்மாவும் கண்முன் நிழலாய் விரித்தனர். அவர்களுடைய ஆன்மா இந்தக் காட்டில் எங்கேயோ அலைவதை உணர்ந்தாள். இறக்கைகள் ஏதோ புதரில் சிக்கியிருப்பதாக எண்ணினாள். அதைக் கண்டுபிடிக்க வேண்டும். இப்படிப் பல எண்ணங்கள் அவள் மனதில் ஓடின. அவர்களுடைய சத்தம், ஆன்மா என எல்லாவற்றையும் கண்டுபிடிக்க வேண்டும். கண்டுபிடிப்பேன்...

"இனி இங்கே யாரும் யாரையும் கொல்ல அனுமதிக்க மாட்டோம். நாம் யாரும் மரணத்திற்கு இரையாக வேண்டியதில்லை"

அவர்கள் அனைவரும் ஒன்றாக கோஷமெழுப்பி உறுதிமொழி எடுத்துக் கொண்டார்கள்.

அது, அந்தக் காட்டையே ஒரு நிமிடம் நடுங்க வைத்தது. காட்டருவிகள் ஒரு புதிய ராகத்தில் பாய்ந்தன. மலர்கள் தலையாட்டி ஆமோதித்தன. தேனடையைச் சுவைத்துக் கொண்டே டின்ட்டூ கரடி. "சிச்சு, நீ இங்கயே தங்கிடு. என்னைக்கும் எங்கள விட்டுட்டுப் போயிராத" என்றது.

4

பனி போர்த்தியிருந்த மஞ்சணிக் காட்டில் தங்க நூலிழை போல சூரியக் கதிர்கள் ஊடுருவின.

நேற்றைய தீர்மானத்தின்படி அனைவரும் பாறைக்கருகில் ஒன்று கூடினர்.

குரங்கு முன்னே வந்துபேச ஆரம்பித்தது.

“இப்ப ஒவ்வொருத்தரயா கூப்படறேன். நான் சொல்றததான் எல்லாரும் செய்யணும். யாரும் குறுக்கே ஏதும் பேசக் கூடாது”

“சரி, சரி”

எல்லோரும் ஒத்துக் கொண்டனர்.

முதலில் மயிலம்மாவின் நடன அரங்கேற்றம். அனைவரும் அவளைக் கைதட்டி விசிலடித்து உற்சாகப்படுத்தினர். டுட்டூ முயல் வாலாட்டியும், மான்கள் கொம்புகளை அசைத்தும் தங்கள் மகிழ்ச்சியைத் தெரிவித்தன. ஒரு கலை அரங்கேற்றமே நடந்து கொண்டிருந்தது.

"தித்த தத்த தித்த தத்த

சேர்ந்து ஆடவா என்னுடன்"

காட்டருவிகள்கூட தாளத்திற்கேற்ப ஆடின.

அடுத்து குயிலின் இசைக் கச்சேரி.

அவள் பார்வையாளர்களுக்கு முன்னால் வந்து அற்புதமான ராகத்தில் தாளமெடுத்துப் பாடினாள்.

"காடே காடே விழித்திடு...

பூவே பூவே உணர்ந்திடு...

ஆடிப் பாடவா என்னுடன்

ஆரவாரமாய் ஆடிடலாம்"

சப்த சுரங்களும் அதில் ஒன்றியிருந்தன. எல்லோரும் அவள் பாடலில் மயங்கினர்.

"இன்று இந்த மஞ்சணிக் காட்டில் மரணம் என்ற பெயரில் நாம் அனுபவித்துக் கொண்டிருக்கும் கொடுமையைப் பற்றி சிச்சுப் புறா உரையாற்றுவாள்" குயில் அறிவித்தது.

அனைவரும் ஆரவாரமெழுப்பினர். அவர்களின் கூக்குரல்களுக்கிடையே சிச்சு மேடையேறினாள்.

“நான் கொஞ்ச நாள் இந்தக் காட்லயே இருப்பேன். எல்லாரும் ஒருத்தரையொருத்தர் நேசிக்கணும். அது சமாதானத்துக்கு ஒரு வழியைத் தரும். அந்தப் பாதையில நாம எல்லாரும் பயணிப்போம்”

வாலன் குரங்கு யோசித்தது. தனித்து செயல்பட்டால் ஒரு புல்லைக்கூடப் புடுங்க முடியாது. ஒன்று சேர்ந்து வேலை செய்யலாம். அனைவரும் கூடினால் மலையையும் நகர்த்தலாம். அந்த ஒற்றுமையின் மூலம் சக்தியைப் பெறலாம்.

“அதுக்கு என்ன செய்யறது...?” டின்ட்டூ கரடி கேட்டது.

“நாம புலிப்பாறையில ஒண்ணாக் கூடிவோம். அங்க ஒக்காந்து ஒரு முடிவெடுப்போம். சிச்சுவுக்கு ஒரே மனசோட ஆதரவு குடுப்போம்” என வாலன் சொல்ல, “சரிதான்” என அனைவரும் வழிமொழிந்தனர்.

“ஒன்று சேர்வோம். ஆற்றலைப் பெறுவோம்.

எதிரியை அழிப்போம். இறுதியில் ஜெயிப்போம்”

அன்று எடுத்த முடிவின்படி ஒன்றாகச் செயல்பட ஒத்துக் கொண்டனர். அன்று மாலை கடந்தது.

விலங்குகள் நாளை சந்திப்பதாகக் கூறி, தங்கள் இருப்பிடங்களுக்குச் சென்றனர்.

5

மறுநாள் மீண்டும் புலிப்பாறையில் கூடின. சிச்சு பேசத் தொடங்கினாள்.

"நண்பர்களே, இந்தக் காட்ல சமாதானத்த வரவழைக்கத்தான் நாம இங்கக் கூடியிருக்கோம். கர்க்கன் ஒவ்வொரு விலங்கா கொன்னுகிட்டு இருக்கான். இத நாம அனுமதிக்கக் கூடாது. அநீதிக்கு எதிராப் போரிடணும். அடுத்த தலைமுறையையாவது காப்பாத்தணும். இடையில் யார் வந்தாலும் எதிர்த்து நிற்போம். முன்னேறுவோம். பலமான எதிரிகளைத் தந்திரத்தால் மட்டுமே வீழ்த்த முடியும். அந்த வித்தையை நாம கைவசப் படுத்தணும்"

அனைவரும் ஆர்ப்பரித்தனர்.

இதையெல்லாம் ஒளிந்திருந்து கேட்ட செல்லன் செந்நாய் அவசர அவசரமாக ஓடினான். வானத்தில் கழுகுகள் வட்டமிட்டன. செல்லன் விழுந்து எழுந்து ஒரு வழியாக நொண்டியபடியே கர்க்கனின் குகையை அடைந்தான்.

“ராஜா...ராஜா...” செல்லன் கத்தினான். கர்க்கன் கண்ணைக் கசக்கிக் கொண்டே வெளியே வந்தான்.

“என்னடா சேதி...? இப்படி நடுங்கற... விஷயம் என்னன்னு சொல்லித் தொலயேன்...” என்றது.

செல்லன், கர்க்கனின் காலில் விழுந்து கதறினான்.

“ராஜா... நடுக்காட்ல ஒரு புதிய விருந்தாளி வந்திருக்கு. ஏதோ புறாவாம்...பேரு சிச்சு... நான் மறைஞ்சு நின்னு கேட்டதில பேர் மட்டும் தான் தெரிஞ்சிகிட்டேன்”

“ஒரு புறாவுக்குப் பயந்தா நீ இப்பிடி நடுங்கற? மிஞ்சிப் போனா அது ஒரு யானை அளவுக்கு இருக்குமா?”

“அது வெள்ள கலர்ல இருக்குது... நடுக்கத்தோடு செல்லன் சொன்னான்.

“யானையைவிட ஒயரமா இருக்குதா? அது என்ன பராவா... குராவா...?”

“அய்யோ... ராஜா... பராவுமில்ல, குராவுமில்ல, புறா...”

“ஏதோ ஒண்ணு... பரவாயில்ல. நம்ம காட்ல இருக்கற யான அளவுக்கு இருக்காதுல்ல. யானையே என்னைப் பாத்தா வழிவிட்டு நிக்கும்... அப்பறம் இந்தப் புறாவுக்கென்ன?”

“ராஜா... அது ஒரு பறவை”

“...ப்பூ அவ்ளோதானா? நீ என்னையே பயமுறுத் திட்டியே? எதுவானாலும் அவளை நாளக்கிப் பாத்துக்கலாம்”

“அப்பறம் அந்த டுட்டூ முயல்... அவன எப்படியாவது புடிக்கணும்... பல நாளா என்ன ஏமாத்திகிட்டே இருக்கான். அவனும் அவனோட ஆட்டமும்... நாளக்கி அவனோட ஆட்டத்த நிறுத்தறேன், பாரு...”

மந்திரியும் ராஜாவின் வார்த்தைகளை வழி மொழிந்தான்.

மஞ்சணிக் காட்டில் புதிதாக வந்துள்ள சிச்சுவை சந்திப்பது, டுட்டூ முயலைப் பிடிப்பது. இந்த இரண்டு விஷயங்களையும் தீர்மானித்த பிறகு கர்க்கன் குகைக்குச் சென்றுவிட்டான். செல்லன் கல்மலைக்குப் போய் விட்டான். ராஜாவுக்கு ஏத்த மந்திரி!

6

அதிகாலை விடிந்துவிட்டது. திடீரென மஞ்சணிக் காட்டில் செய்தி பரவியது. கர்க்கன் ராஜா காட்டுக்குள் உலா வருகிறார். சிச்சுவைப் பார்ப்பதுதான் நோக்கம். டுட்டூ முயலை மனதில் வைத்துதான் வருகிறார்.

எல்லோரும் நடுங்கிவிட்டனர். செய்தி சிச்சுவின் காதுக்கும் எட்டியது. சமயோஜிதமாகச் செயல்பட வேண்டிய நேரம் வந்துவிட்டது. அவள் உடனே அனைவரையும் சந்திக்க ஏற்பாடு செய்தாள். டுட்டூவின் காதில் ஏதோ சொன்னாள். அவர்கள் ஒரு முடிவுக்கு வந்தனர். "இனி ஒரு உயிரைக்கூடப் பந்தாட யாரும் யாரையும் அனுமதிக்கக் கூடாது"

வாலன் குரங்கு மரக்கொம்பிலிருந்து கர்க்கனின் அசைவுகளைக் கவனித்துக் கொண்டேயிருந்தான். சிச்சுவுக்கு அதன் ஒவ்வொரு அசைவையும் தெரியப்படுத்தினான்.

ஆனால் திடீரென கர்க்கனும் செல்லனும் டுட்டூ முயலிடம் வந்துவிட்டனர். டுட்டூ காட்டின் அடர்ந்த பகுதிக்குள் பாய்ந்தான். கர்க்கன் பின்தொடர, டுட்டூ ஒரு பெரிய குழியைத் தாவிக் குதித்தான். கர்க்கன் கால் தவறி

அந்தக் குழிக்குள் விழுந்துவிட்டான். பாவம் கர்க்கன்... ஆனாலும் எப்படியோ கஷ்டப்பட்டு நொண்டியபடியே மேலேறி விட்டான். டுட்டூ தப்பிவிட்டது. சிச்சுவின் முதல் முயற்சி வெற்றியில் முடிந்தது.

மறுநாள் காலை. வாலன் ஆலமரத்திலிருந்து அவர்களைக் கவனிக்கத் தொடங்கினான். கர்க்கன் குகையை விட்டு வெளியேறிவிட்டான். அவனுடன் மந்திரி செல்லனும் வந்து கொண்டிருக்கிறான்.

" இன்னக்கி பில்லு மானைப் புடிச்சே தீரணும்"

வாலன் ஒவ்வொரு கிளையாகத் தாவித்தாவி எப்படியோ சிச்சுவிடம் கர்க்கனின் திட்டத்தைச் சொல்லிவிட்டான்.

சிச்சு பில்லுவின் காதில் முணுமுணுத்தாள். பின் உள்காட்டிற்குப் பறந்துவிட்டாள். அங்கே ஒரு குகையைக் கண்டுபிடித்து உள்ளே நுழைந்தாள். அதனுள் அரிப்பை ஏற்படுத்தும் ஒருவிதமான புல் இருந்தது. அதைப் பார்த்த அவள் குகையை விட்டு உடனே வெளியேறினாள்.

அவள் பில்லுவிடம் வந்து, குகையைப் பற்றின விவரங்களை எல்லாம் சொன்னாள்.

"கர்க்கன் வந்தா அந்தக் குகையைப் பார்த்து வேகமாக ஓடு. ஆனா உள்ள நுழையாம குகைக்குப் பின்னால இருக்கற பாறைக்குப் பின்னால ஒளிஞ்சிக்கோ. கர்க்கன் குகைக்குள்ள ஓடுவான். சொறிஞ்சிக் கிட்டேதான் வெளில வருவான். இங்க வேற யாரும் வராம நான் பாத்துக்கறேன்"

கர்க்கன் காட்டுக்குள் வந்துவிட்டான். பில்லுவைப் பார்த்ததும் துரத்த ஆரம்பித்தான். உடனே மந்திரி செல்லனும் ஓடினான். பில்லு குதித்து குதித்து ஓடினான். குகைக்கு அருகில் வந்ததும் கர்க்கனுக்குத் தெரியாமல் பாறைக்கடியில் ஒளிந்து கொண்டான்.

"கர்க்கன் அண்ணா, நான் குகைக்குள்ள இருக்கேன்" பில்லு கத்தினான். "உன்னை நான் பாத்துக்கறேன். என் செல்ல பில்லூ... நான் உன்ன மந்திரியாக்கறேன். அந்தச் செல்லனுக்குச் சுத்தமா தைரியமே பத்தாது. நீ அங்கயே நில்லு நாம ரெண்டு பேரும் ஒண்ணாவே திரும்பி வரலாம்"

கர்க்கன் குகைக்குள்ளே நுழைந்தான். புல்லை நகர்த்திப் பார்த்தான். உடனே அவனுடைய கை

சொறியத் தொடங்கியது. மூக்கு அரிக்க ஆரம்பித்தது. கண் எரிய, உடல் முழுக்க அரிப்பு படர்ந்தது.

கர்க்கன் தரையில் விழுந்து புரண்டான். குகையை விட்டு வெளியே வந்தான். நின்று பார்த்தான். நடந்து பார்த்தான். அரிப்பு குறையவே இல்லை. காலைச் சொறிந்து கொண்டே இருந்தான். கடைசியில் மானங்கெட்டு தன் குகையை நோக்கி ஓடினான்.

பில்லு மான் குகைக்குப் பின்னால் இருந்து விழுந்து விழுந்து சிரித்தான். கர்க்கன் கதறினான்.

"அய்யோ எரியுதே... யாராவது காப்பாத்துங்களேன்..."

அந்த துஷ்டன் வேகமாக ஓடினான். அந்தக் காட்சி பார்க்க வேண்டிய ஒன்றுதான். அடுத்த நாள் புலிப்பாறையில் கூடிய கூட்டத்தில் வாலன், கர்க்கனைப் போலவே நடித்துக் காட்டினான். அது கலை நிகழ்ச்சி போலவே அரங்கேறியது. வாலன் நின்றும் நடந்தும் சொறிந்தும் காட்டினான்.

"கால் அரிக்குது...

மூக்கு அரிக்குது...

கை அரிக்குது...

நாக்கு அரிக்குது?"

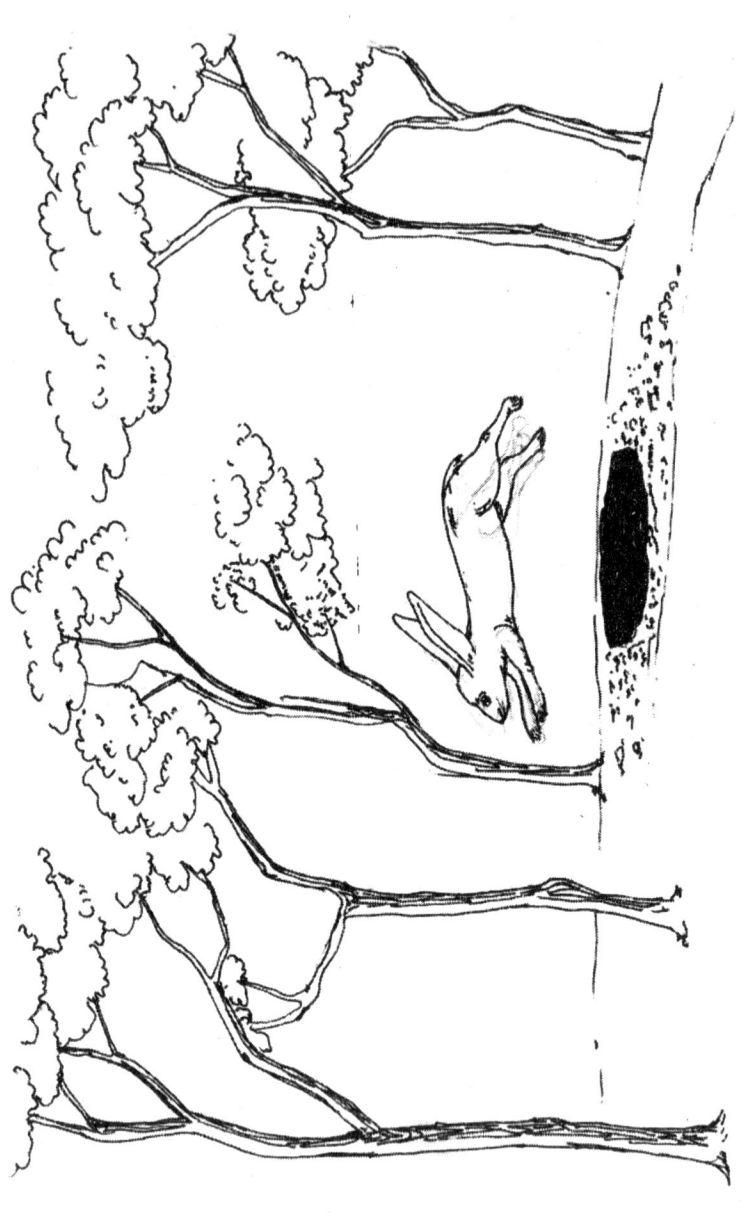

42 சிச்சுப்புறா

ஆடிப்பாடி நடித்த வாலனின் கலை நிகழ்ச்சியைக்கண்டு எல்லோரும் ஆர்ப்பரித்தனர்.

"அது கர்க்கனின் சொறியேதான்" என ஆரவாரித்தனர்.

மறுநாள் காலை, வாலன் மரக்கிளையிலிருந்து கவனிக்க ஆரம்பித்தான். கர்க்கன் குகையை விட்டு வெளியே வந்தான்.

"டேய் செல்லா, இன்று டின்ட்டூ கரடிதான் இலக்கு. அவனயும் அவன் தேன் குடிக்கறதயும் இன்னியோட ஒழிக்கணும். அவனுக்கு, தான் பெரிய புத்திசாலின்னு நெனப்பு. அவனப் புடிச்சிட்டா அப்றம் மத்தவங்கள மடக்கிடலாம்" என்று செல்லனிடம் உரக்கக் கத்தினான்.

டின்ட்டூ ஒரு வெள்ளந்தியான கரடி. சிச்சுவுக்கு அவனை ரொம்பப் புடிக்கும். அது போலவேதான் டின்ட்டூவுக்கும். வாலன் குரங்கு கர்க்கனின் திட்டத்தைச் சிச்சுவுக்கு அறிவித்தான். "டின்ட்டூவைப் பிடிக்க கர்க்கன் முடிவெடுத்து இருக்கிறான். இதற்கு ஒத்துக் கொள்ளக் கூடாது"

சிச்சு உடனே டின்ட்டூவைத் தேடிப் பறந்தது. டின்ட்டூ எங்கேயுமே இல்லை. எல்லோரும் பதறினர்.

கர்க்கனிடம் அகப்பட்டு அவன் இறந்திருப்பானோ? அவர்கள் பயந்தனர்.

"அப்படி நடக்க வாய்ப்பேயில்லை. சாயந்திரங்களில் தான் அவன் வெளியே வருவான்" என்றாள் சிச்சு.

டின்ட்டு காட்டின் வேறொரு பகுதியில் தேன் தேடிப் போயிருக்கிறான். ஒரு பெரிய மரக்கிளையில் தேன்கூடு தொங்கிக் கொண்டிருப்பதை அவன் பார்த்துவிட்டான். "இதில் நிச்சயம் நிறையத் தேன் இருக்கும்"

டின்ட்டு தேன்கூட்டையே பார்த்துக் கொண்டிருந்தான். திடீரென அவன்மீது ஏதோ ஒன்று விழுந்தது. அய்யோ வலை. யாரோ யாருக்காகவோ விரித்த வலையில் எதிர்பாராமல் டின்ட்டு மாட்டிக் கொண்டான். தப்பிக்க முடியாமல் திணறும்போது டிங்க்கி காக்கா அந்த வழியாக வந்தாள். இதைத் தெரிவிக்க சிச்சுவிடம் ஓடினாள்.

" டின்ட்டு வலையில் மாட்டிக்கொண்டான்,

டின்ட்டு வலையில் மாட்டிக்கொண்டான்"

என்று கத்தியபடியே டிங்க்கி பறந்தாள்.

“ எப்படியாவது டின்ட்டுவேக் காப்பாத்தி ஆகணும். எந்த நெலமயிலயும் அவன கர்க்கனுக்கு விட்டுக் கொடுக்கவே கூடாது”

அதற்குள் கர்க்கன் அங்கே வந்துவிட்டான். வலையில் மாட்டிக் கொண்ட டின்ட்டுவைப் பார்த்து கர்க்கன் கர்ஜனை செய்தான்.

“ எப்படியாவது வலையை விட்டு வெளியே வா. நான் உன்ன மந்திரியாக்கறேன். செல்லன் இன்னக்கி என்கூட வரல. ஒரு போதும் ஒரு ராஜா தனியா வெளியே நடக்கக் கூடாது. மந்திரி வேண்டும். படை வேண்டும். சீக்கிரம் வா”

அப்போது பக்கத்தில் டுட்டூ முயல் இருப்பதை கர்க்கன் பார்த்துவிட்டான். அவன் முயலைத் துரத்திக் கொண்டு ஓடினான்.

“ என்னை ஏற்கனவே நீ ஏமாத்திட்டே! இனி உன்ன விடமாட்டேன். இப்பவே உன் கதய முடிக்கறேன் பாரு”

கர்க்கன் டுட்டூவுக்குப் பின்னால் ஓடிக் கொண்டேயிருந்தான். டுட்டூ மின்னல் வேகத்தில் கர்க்கனால் எட்ட முடியாத தூரம் ஓடிவிட்டான்.

அந்த நேரம் பார்த்து சிச்சு, சிண்டன் சுண்டெலியை டின்ட்டூவிடம் அனுப்பினாள். அவன் தந்திரமாக வலையைக் கடித்து டின்ட்டூவை வெளியேற்றினான்.

" நன்றி அண்ணா" டின்ட்டூ தன்னைக் காப்பாற்றிய சிண்டனுக்கு நன்றி தெரிவித்தான்.

" எனக்கு நன்றி சொல்லாதே. சிச்சுதான் என்ன இங்க அனுப்பினா. நீ இங்க நிக்காத. தப்பிச்சுடு" சிண்டன் துரிதப்படுத்தினான்.

டுட்டூ முயலைப் பிடிக்க முடியாமல் கர்க்கன் டின்ட்டூ அகப்பட்டிருந்த வலையை நோக்கி வந்தான். இவர்கள் எங்கேயாவது குழி தோண்டி வைத்திருப்பார்களோ என்ற கவனத்தோடேயே நடந்து வந்தான். ஓடி ஓடிச் சோர்ந்திருந்தான். "அய்யோ! வலையில டின்ட்டூவக் காணலியே, ஏமாந்துட்டமே. எல்லாத்துக்கும் பின்னால் அந்த சிச்சுதான் இருக்கா" பசியில், தளர்ந்த நடையில் குகையை நோக்கிச் சென்றான்.

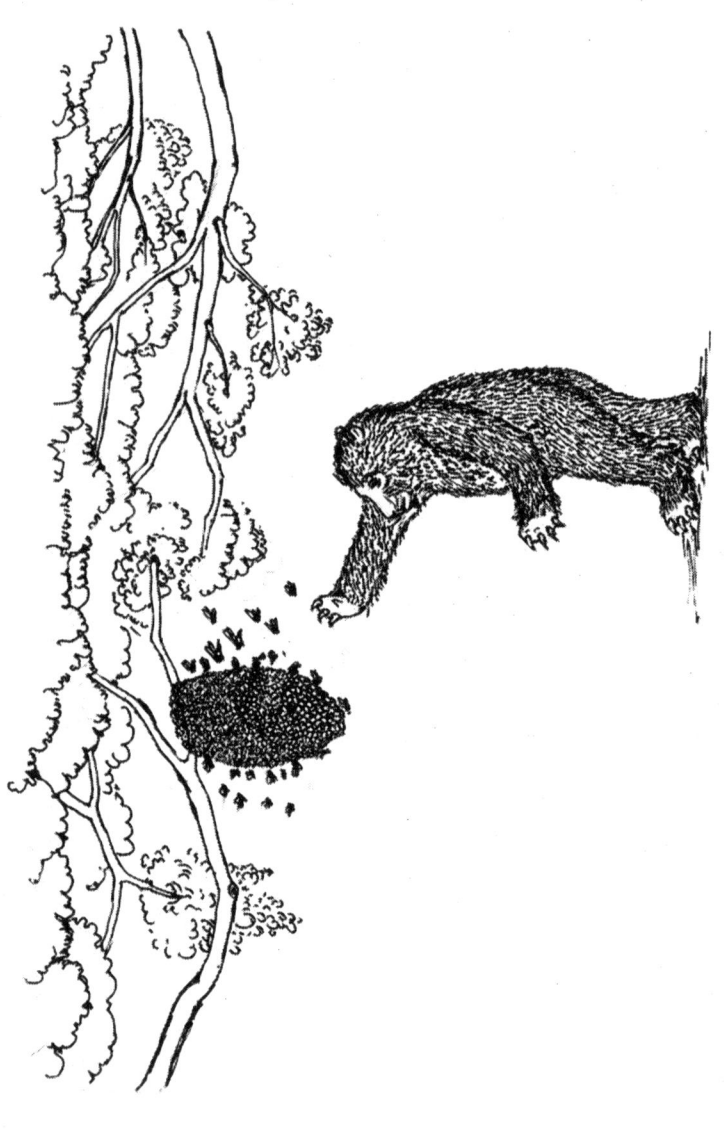

7

அன்று இரவு கர்க்கனுக்கு உறக்கமே வரவில்லை. செல்லனும் தூங்காமல் புரண்டபடியே இருந்தான். கர்க்கன் செல்லனிடம் கேட்டான்.

"டேய் செல்லா, எங்கேயோ தப்பு நடக்குது. நாம ஒவ்வொண்ணா திட்டமிடறோம். அது எப்படியோ அவங்களுக்குத் தெரிஞ்சுடுது. அந்தச் சிச்சுப்புறா சாதாரணமானவள் அல்ல. அறிவானவள்தான். நம்மோட எல்லாத் திட்டங்களையும் அவ நாசமாக்கிடறா. நான் நெனச்சது சரிதான். சாப்புட்டு மூணுநாள் ஆச்சு. தேடிக் கண்டுபுடிச்சு நெருங்கறதுக்குள்ள, இரை தப்பி விடுகிறது. யாரோ ஒரு ஒற்றன் இங்கிருக்கிறான்"

"ஆமாம் ஆமாம்" செல்லனும் ஆமோதித்தான்.

"அது வேற யாருமில்ல...நீதான்"

கர்க்கன் செல்லனை சந்தேகித்தான். செல்லன் ராஜாவின் தலையில் கை வைத்து, "அய்யோ, ராஜா அய்யோ ராஜா. அய்யோ... அது நானில்லை" என்று நா குழறினான்.

“ நீதான்! நீதான்! உன் மண்டையில ஒண்ணுமே இல்ல” கர்க்கன் செல்லனின் தலையில் அடித்தான். செல்லன் தரையில் வீழ்ந்தான். “அம்மா” என்று சத்தமாகக் கத்தினான்.

இதையெல்லாம் பார்த்துக் கொண்டிருந்த வாலன், சிரித்தபடியே ஆலமரக் கிளையில் ஏறினான்.

வெளியே இலை அசையும் ஓசை கேட்டு கர்க்கன் எட்டிப் பார்த்தான்.

“திருடன் அகப்பட்டுட்டான். அந்த வாலன் கொரங்குதான் நம்மள ஏமாத்தியிருக்கான்”

கர்க்கன் செல்லனின் தலையைத் தடவி ஆறுதல் கூறினான்.

“பாவம் மந்திரி, அடிச்சத மறந்துடு. அடிக்கடி கெடக்கறதுதான. இனி நாம அந்த வாலனப் புடிக்கணும்”

செல்லனின் பிடிவாதம் கூடியது. வாலனின் சதியால் கர்க்கன் தன்னையே அடித்து விட்டானே. வாலனுக்குப் பதிலடி கொடுத்தே தீரவேண்டும். அவன் வாலையும் நறுக்க வேண்டும். அதற்குக் கொஞ்சம் நீளம்

அதிகம்தான். எது எப்படியோ நாளை அவன் கதை முடிந்தது.

கர்க்கன் அலறினான். காடே நடுங்கியது. வாலன் தன் வாலை ஆட்டியபடியே மரத்தின்மேல் அமர்ந்தபடி சிரித்தான். அவனுக்கும் உள்ளுக்குள் ஒரு பயம் இருந்தது,

"தல போனாக்கூடப் பரவாயில்ல, ஆனா வால்..."

வாலன் யோசனையில் ஆழ்ந்தான்.

8

வாலன் மரத்தைவிட்டு இறங்கவேயில்லை. கிளை கிளையாகத் தாவி ஒருவழியாகச் சிச்சு உள்ள கிளையை அடைந்தான். நடுங்கியபடியே அவளிடம், "என்ன எப்படியாச்சும் காப்பாத்து. நான் இங்க வர்றத கர்க்கன் பாத்துட்டான்"என்றான். சிச்சு அவனை சமாதானப் படுத்தினாள்.

"நீ பயப்படாத. நான் உன்னக் காப்பாத்தறேன்" அன்றிரவே அவர்கள் ஒன்றுகூடி யோசனை செய்தார்கள். புலிப்பாறையில் ஒரு பெரிய கூட்டமே கூடிவிட்டது. தப்பிப்பதற்கான வழிகளையும் யோசித்தனர்.

மறுநாள் விடிந்தது. ஒவ்வொரு நாள் விடியும்போதும் சிச்சுவுக்கும் நண்பர்களுக்கும் தைரியம் கூடிக் கொண்டே வந்தது. கர்க்கன் சாப்பாடு கிடைக்காமல் மிகவும் சோர்ந்துவிட்டான். நொண்டியும் சொறிந்தும் அவன் தளர்ந்து விட்டிருந்தான்.

கர்க்கனுக்கும் செல்லனுக்கும் பயங்கரப் பசி.

மூன்று நாட்களாக இரையொன்றும் கிடைக்கவில்லை. கைக்கு எட்டியதெல்லாம் வாய்க்கு எட்டவில்லை. எப்படியானாலும் வாலனைப் பிடித்தே தீர வேண்டும். கர்க்கன் உறுதியாக இருந்தான்.

செல்லனும் கர்க்கனும் காட்டுக்குள்ளே மெதுவாக நடந்தனர். அதோ...! வாலன் குரங்கு மெதுவாக வருகிறான். பதுங்கிப் பதுங்கி யாருக்கும் தெரியாமல் நடக்கிறான். கர்க்கன் அவனுக்குப் பின்னால் ஓடினான்.

வாலன் ஒரு குழியைத் தாண்டி ஓடினான். பின்னால் சென்ற கர்க்கன் குழியில் விழுந்துவிட்டான். குழியிலிருந்து கர்க்கன் வெளியே வருவதற்குள் வாலன் மறைந்து விட்டான். டுட்டூ வழியில் கொஞ்சம் தேனை ஊற்றிவிட்டு, ஒளிந்து கொண்டான். குழியிலிருந்து கர்க்கன் வந்த வேகத்தில் தேனில் வழுக்கி, தலை குப்புற

விழுந்தான். கர்க்கனைத் தொடர்ந்து, செல்லனும் விழுந்தான். டுட்டூ ஒளிந்து நின்று சிரித்தான். இந்தக் காட்சியை எல்லாரும் பார்த்திருக்க வேண்டும். ராஜாவுக்கு மேல மந்திரி...

எப்படியோ நொண்டிக்கொண்டே ஒரு மரத்தில் சாய்ந்து நின்றான். டின்ட்டூ மரக்கிளையிலிருந்து ஒரு தேன்கூட்டைக் கலைத்துவிட்டான். ஒரு தேனீ நேராகக் கர்க்கனின் கண்ணையே பதம் பார்த்துவிட்டது. கண் மூடிக் கொள்ள, அவன் கீழே விழுந்தான். டின்ட்டூ மரக்கிளையிலிருந்து விழுந்து விழுந்து சிரித்தான். செல்லனின் மூக்கிலும் முதுகிலும் தேனீக்கள் கொட்டின.

எல்லாமே குழப்பமாக இருக்கிறது. இருவரும் மீண்டும் ஓடினர். காட்டுவழி முழுவதும் நிறைய கற்கள் கொட்டி வைக்கப்பட்டிருந்தன. கர்க்கனின் கால்களிலிருந்து ரத்தம் வழிந்தபடியே இருந்தது. தேனீக்கள் துரத்துவதால் நிற்கவும் முடியாமல் ஓடவும் முடியாமல் தவித்தனர்.

முடிவில் ஒரு பாறையின் மீது ஓடிக் கொண்டிருந்தனர். கீழேயிருந்த பள்ளத்தாக்கை அவர்கள் கவனிக்கவேயில்லை. பில்லு அருகேயிருந்த

மரத்தில் படர்ந்திருந்த கொடியைப் பிடுங்கி வழியை மறித்துக் கட்டியிருந்தான். வேகமாக ஓடிவந்த கர்க்கன் அதைக் கவனிக்கவில்லை. கொடியில் மாட்டி, தலை குப்புற விழுந்தான். சிச்சுவும் நண்பர்களும் அங்கே கூடிவிட்டனர். ராஜாவை வணங்கினர். "என்ன, எல்லாரும் தலைகீழா நிக்கிறீங்க?" கர்க்கனுக்கு அப்படித்தான் தெரிந்தது.

"கர்க்கா, நான்தான் சிச்சு, நீதான் தலைகீழாத் தொங்கிக்கிட்டு இருக்க. காட்டுக்கே ராஜாங்கற திமிர்ல அலைஞ்சுகிட்டிருந்த. நீ கொன்ன மிருகங்களுக்கு அளவேயில்ல. அவங்க என்ன பாவம் செஞ்சாங்க. இதோ இப்ப நீ இங்க ஒரு கொடியில் மாட்டித் தொங்கிக்கிட்டு இருக்க. என் கதைய முடிக்கணும்னு ஆசப்பட்ட. நீயா இந்தக் காட்டுக்கு ராஜா? உனக்கு இங்க என்ன அதிகாரம்? இந்தக் காட்டுக்கு ராஜா ஆகத் தகுதியில்லாதவன் நீ... ரத்தம் குடிக்கும் சர்வாதிகாரி. உன்னால என்னை என்ன பண்ண முடியும்?"

சிச்சு கர்க்கனைப் பரிகசித்தாள். இதைக் கேட்டவுடன் அவன் கண்களில் இருந்து கோபம் அனலாய் வெளியேறியது. கைகளை மடக்கினான். பற்களை

நெரித்தான்."கேவலம் ஒரு பறவை என் முன்னால் நின்று எனக்கே சவால் விடுகிறது?"

"சிச்சு, நீ உன்னோட இயலாமையைப் புரிஞ்சிக்கிட்டு நீயாகவே வெளியேறிடுவேன்னுதான் இன்னக்கி வரைக்கும் உன்னக் கொல்லாம விட்டு வச்சேன். ஒரு பறவையக் கொல்ல நான் ஏன் இவ்ளோ யோசிக்கணும்? இப்பவே உன்னக் கொல்றேன் பாரு. இதுதான் உன்னோட கடைசி நொடிகள்" கர்க்கன் ஆங்காரத்தோடு கர்ஜித்தான்.

"சும்மா பிதற்றாதே. தைரியமிருந்தா இப்பவே என்னைக் கொல். உன்னால முடிஞ்சா அந்தக் கொடியப் புடுங்கிட்டு என்னப் புடி"

ஒரு நொடிகூட யோசிக்காமல் தன் முழு சக்தியுடன் கொடியைப் பிடுங்கி எறிந்தான் கர்க்கன். சிச்சு ஒரு பறவை என்பதையே மறந்து அவள் பின்னால் ஓடினான். சிச்சு கொஞ்சம் தாழ்வாகப் பறந்தாள். கர்க்கன் நிமிர்ந்து சிச்சுவைப் பார்த்தபடியே ஓட, முன்னால் இருந்த பள்ளத்தைக் கவனிக்கவில்லை. திடீரென அது நிகழ்ந்தது. சிச்சு வேகத்தைக் கூட்டி மேலே உயர்ந்து பறந்தாள். அந்த வேகத்திற்கு ராஜாவால் ஈடு கொடுக்க

முடியவில்லை. சிச்சு பார்த்துக் கொண்டேயிருக்க, அந்தத் திமிர் பிடித்த கர்க்கன் ராஜா ஒரு நீண்ட அலறலுடன் பாறையடுக்குகளில் முட்டிமோதி கீழே வீழ்ந்துக் கொண்டிருந்த அருவியில் விழுந்து மறைந்து போனான்.

இதைப் பார்த்தபடி நின்றிருந்த செல்லன் மந்திரி முன்பின் யோசிக்காமல் காலில் சக்கரம் கட்டியது போல, காட்டைக் கடந்து வெளியேறினான்.

எல்லோரும் ஓடி வந்து சிச்சுவைத் தூக்கிச் சுமந்து ஆடிப் பாடினர்.

"நாம ஜெயிச்சிட்டோம் ! நாம ஜெயிச்சிட்டோம்!

நமக்கு சுதந்திரம்...

நம்மோட உயிரு! நம்மோட நாடு!

நமக்கு சுதந்திரம்...

நம்மோட பூமி! நம்மோட வானம்!

நமக்கு சுதந்திரம்..."

காட்டில் காற்று வீச மஞ்சள் பூக்கள் பொழிந்தன. எங்கும் வெளிச்சம் பரவியது.

"இனி, இன்று முதல் மஞ்சணிக் காட்டில் சமாதானம். இங்கே யாரும், யாரையும் கொல்லமாட்டார்கள். இன்று முதல் நமக்கு நிம்மதி" அவர்கள் ஒன்றாகக் கூவினர்.

"சிச்சு செய்த இந்த உதவிய நாங்க மரணம்வரை மறக்க மாட்டோம்"

எல்லோரும் உரக்கச் சொன்னார்கள்.

9

மீண்டும் ஒரு விடியல்.

சிச்சு மரக்கிளையில் அமர்ந்தபடி அந்தக்காடு முழுக்கத் தேடினாள். தன் அம்மா, அப்பாவின் இறகுகளில் ஒன்றுகூட இதுவரை அவள் கண்ணில் படவில்லை. அவர்களுடைய சத்தம் அவள் காதுகளுக்கு எட்டவில்லை.

போகட்டும். இந்தக் காட்டையே உலுக்கிய கர்க்களைக் கொன்னுட்டோமே! இனி ஒருபோதும் இவர்களுக்கு எந்தத் துன்பமும் இல்லை! அவள் தன் இலக்கை நிறைவேற்றியதை எண்ணி மகிழ்ந்தாள்.

சமாதானத்தின் மலர்கள் இங்கே மலரட்டும்! தென்றல் வீசட்டும்! ஆறுகளெல்லாம் அன்பின் கீதத்தை

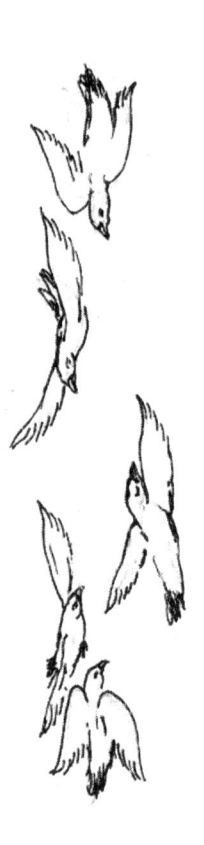
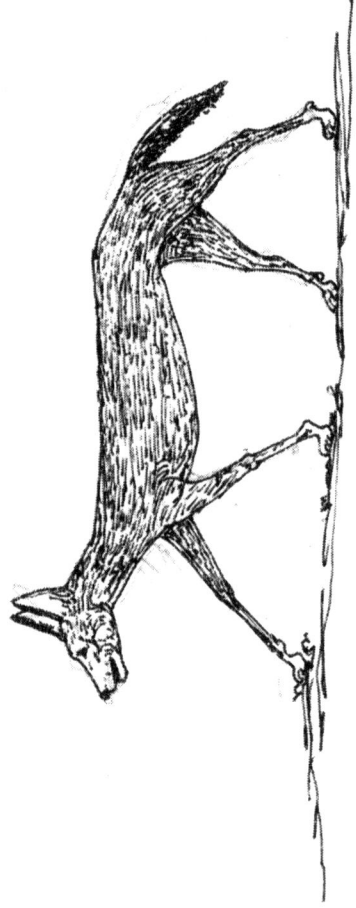

சிச்சுப்புறா

இசைக்கட்டும்! அமைதியின் மூலம் இது ஒரு மகிழ்ச்சி நிறைந்த வனமாக மாறட்டும்!

தன் குறுகிய வாழ்நாளில் அவளால் முடிந்ததையெல்லாம் செய்துவிட்டாள். அவர்களின் ஆனந்தம் அவளை சந்தோஷப் படுத்துகிறது. இனி தேவதைகளையும், நண்பர்களையும் திரும்பவும் பார்க்க வேண்டும். தன் காட்டிற்குத் திரும்பிப் போக வேண்டும். அவர்களுடன் தன் மீதி நாட்களைக் கழிக்க வேண்டும்.

அவள் பயணத்திற்கு ஆயத்தமானாள். மஞ்சணிக் காட்டிலுள்ள நண்பர்களிடம் விடைபெற்றாள். அவர்கள் கதறி அழுதனர். கூக்குரலிட மட்டுமே அறிந்த அப்பாவிகள். இப்போதுதான் அவர்களுக்கு வாழ்வின் மீதே ஒரு ஆசை வந்திருக்கிறது. இனியாவது யாருக்கும் பயப்படாமல் வாழலாமே...!

“நான் என் காட்டுக்குப் போகிறேன்” சிச்சு அவர்களிடம் கூறினாள். அருகிலுள்ள ஒரு மரத்தில் அமர்ந்தபடி கடைசியாக ஒரு முறை மஞ்சணிக்காட்டைப் பார்த்தாள். அவள் கண்களில் கண்ணீர் நிறைந்துவிட்டது. வாழ்வதற்கான தைரியம் அவர்களுக்கு வந்துவிட்டதே! என இப்படி ஒவ்வொன்றாக யோசித்துக் கொண்டிருந்தாள்.

திடீரென ஒரு வேட்டைக்காரனின் கண்கள் தன்னைக் குறி பார்ப்பதை சிச்சு உணர்ந்தாள். பறக்க முயற்சித்தாலும் எந்தப் பயனும் இல்லை. வேட்டையில் தேர்ந்த கைகளிலிருந்தும், அனல் கக்கும் கண்களிலிருந்தும் தப்பிப்பது மிகவும் சிரமம்தான். அதற்குள் இறகிலேயே குண்டு பாய்ந்தது. டிங்க்கி காக்கா இதைப் பார்த்துவிட்டாள். அவள் பறந்து பறந்து "கா...கா...கா..." எனக் கதறி அழுது இந்தச் சோகத்தைக் காடு முழுவதும் அறிவித்து விட்டாள்.

டின்ட்டூ, டுட்டூ, வாலன், பில்லு எல்லோரும் அங்கே கூடிவிட்டனர்.

"என்னை எப்படியாவது காப்பாத்துங்க" சிச்சு கெஞ்சினாள்.

ஆனால் அவர்கள் இப்படிக் கூறிவிட்டார்கள்.

"சிச்சு, இங்க புதுசா ஒரு வேட்டைக்காரன் வந்திருக்கான். உன்னக் காப்பாத்த நெனச்சா எங்களோட பிள்ளைங்க அனாதைகளாயிடுவாங்க. அதன் அவலம் தான் உனக்குத் தெரியுமே...! எங்கள் குழந்தைகளை அனாதைகளாக்க நாங்க விரும்பல"

சிச்சு வேதனையுடன் "நான் உங்கள எவ்ளோ ஆபத்திலிருந்து காப்பாத்தியிருக்கேன். உங்களால எனக்கு உதவ முடியாதா?" என்று கேட்டாள்.

சிச்சு பலரையும் உதவிக்கு அழைத்தாள். ஆனால் ஒருவர் காதுக்கும் அது எட்டவில்லை.

"சிச்சு, எங்களுக்கு வாழணுங்கற ஆச நெறய இருக்கு. எங்களோட கொழந்தைங்க அனாதைங்க ஆகக் கூடாதுன்னு நாங்க நெனக்கறது தப்பா? இனி பேச நேரமில்ல நாங்க வர்றோம்"

வேட்டைக்காரன் நிற்பதைப் பார்த்து அவர்கள் ஓடிவிட்டனர்.

நாலு கால்களுள்ள கர்க்கனுக்குப் பதில் இப்போது இரண்டு காலில் ஒரு புதிய வில்லன். வேட்டைக்காரனான அவனிடமிருந்து அவர்கள் தங்களைக் காப்பாற்றிக் கொள்ள வேண்டும்

சிச்சுவின் கண்கள் நிறைந்தன. எல்லோரையும் காப்பாற்றின சிச்சுவுக்கு ஓர்ஆபத்து வந்தபோது அவளைக் காப்பாற்ற இங்கு யாருமில்லை.

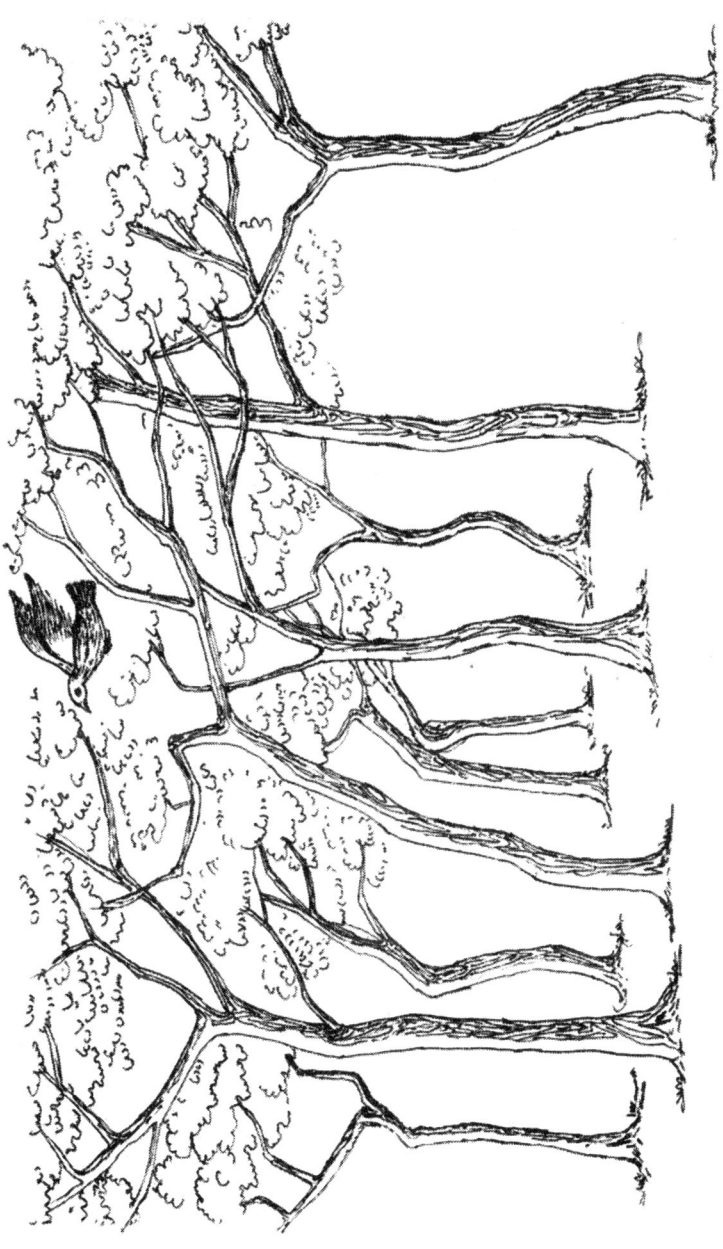

திடீரெனக் காட்டையே உலுக்கியபடி ஒரு வெடிச்சத்தம் கேட்டது. சிச்சு அங்கே விழுந்து துடித்தாள். அவளுடைய சின்ன உயிர் இறகுகளில்லாமல் தேவதைகளின் உலகிற்குப் பறந்து போனது.

கர்க்கனின் இடத்தைப் பிடித்த வேட்டைக்காரனின் முன், அவளுடைய உடல் விறைத்துப் போய்க் கிடந்தது. வேட்டையைத் தொடர்ந்தபடி துப்பாக்கியுடன் அவன் கடந்து போனான்.

"மீண்டும் ஒரு கர்க்கன்"

சமாதானத்திற்காக வாழ்பவர்கள் அதற்காக அவர்களின் வாழ்வையே இரையாக்க வேண்டியுள்ளது. எத்தனை எத்தனை புறாக்கள் இப்படி உயிர்த்தியாகம் செய்திருக்கின்றன. சிச்சுவின் ஆன்மாவும் அவர்களுடனே, மரணமற்ற ஓர் உலகத்துக்கு, தேவதைகளின் உலகத்துக்குப் பறந்து போனது!